దత్తపుత్రుడు

ఒకప్పుడు ఒక గొప్ప రాజు ఉండేవాడు అతని పేరు బిజేంద్ర, అతను తన ప్రజల సంక్షేమం పట్ల చాలా ఆసక్తిని కనబరిచాడు మరియు వారిని చాలా ప్రేమిస్తాడు. అతని ప్రజలు కూడా గొప్పవారు అతని పట్ల గౌరవం కలవారు. రాజు సకల సౌఖ్యాలతో దీవించాడు. కానీ అతనికి పిల్లలు లేరు.

కాబట్టి అతను ఎల్లప్పుడూ దాని గురించి ఆలోచించి చింతిస్తూనే ఉన్నాడు.

"నా తర్వాత రాజ్యాన్ని ఎవరు చూసుకుంటారు అని?" ఒకరోజు, రాజు తన సమస్యను రాజ పూజారితో పంచుకున్నాడు.

దేవుడిని ప్రసన్నం చేసుకునేందుకు యజ్ఞం చేయాలని పూజారి సూచించారు. రాజు పేదలకు లక్ష్యాలను పంచిపెట్టి, రాజ్యంలోని పూజారుల వద్ద బహుమానం పొందాడు. అందరూ ఆయనను శుభాకాంక్షలతో ఆశీర్వదించారు.

అప్పుడే ఆకాశం నుండి ఒక జోస్యం వినిపించింది. "ఓ రాజా నీకు నీ స్వంత కొడుకు పుట్టడం ఖాయం కాదు. మంచి మనసున్న యువకుడిని నీ కొడుకుగా దత్తత తీసుకోవాలి అని అన్నాడు."

కాబట్టి అలాంటి యువకుడి కోసం అన్వేషణ ప్రారంభించాడు బిజేంద్ర రాజు.

మరియు ఇతర వ్యక్తుల సమస్యల పట్ల సానుభూతితో చాలా నెలలు గడిచిపోయాయి, కానీ రాజు పూజారి మరియు రాజు మంత్రులకు తగిన యువకుడు దొరకలేదు.

విచారంగా మరియు హెచ్చరిస్తూ, ఒక రోజు, రాజు తన గదిలో ఒంటరిగా కూర్చుని, కిటికిలోంచి చూస్తున్నాడు. చిరిగిన మరియు చిరిగిన బట్టలతో ఉన్న ఒక యువకుడు ఎండిన ఆకుల ప్లేట్లో అన్నం తినడం చూశాడు. అప్పుడే, బిచ్చగాడిగా చూస్తున్న మరో యువకుడు అతని వచ్చి వెంటనే ఆహారం కోసం వేడుకున్నాడు, రెండవ ఆలోచన లేకుండా, మొదటి యువకుడు తన ఆహారాన్ని అవతలి వ్యక్తికి ఇచ్చాడు. అది చూసి, రాజు తనలో తాను ఇలా అన్నాడు, "ఇలాంటి మనిషి కోసమే, నేను వెతుకుతున్నాను.".

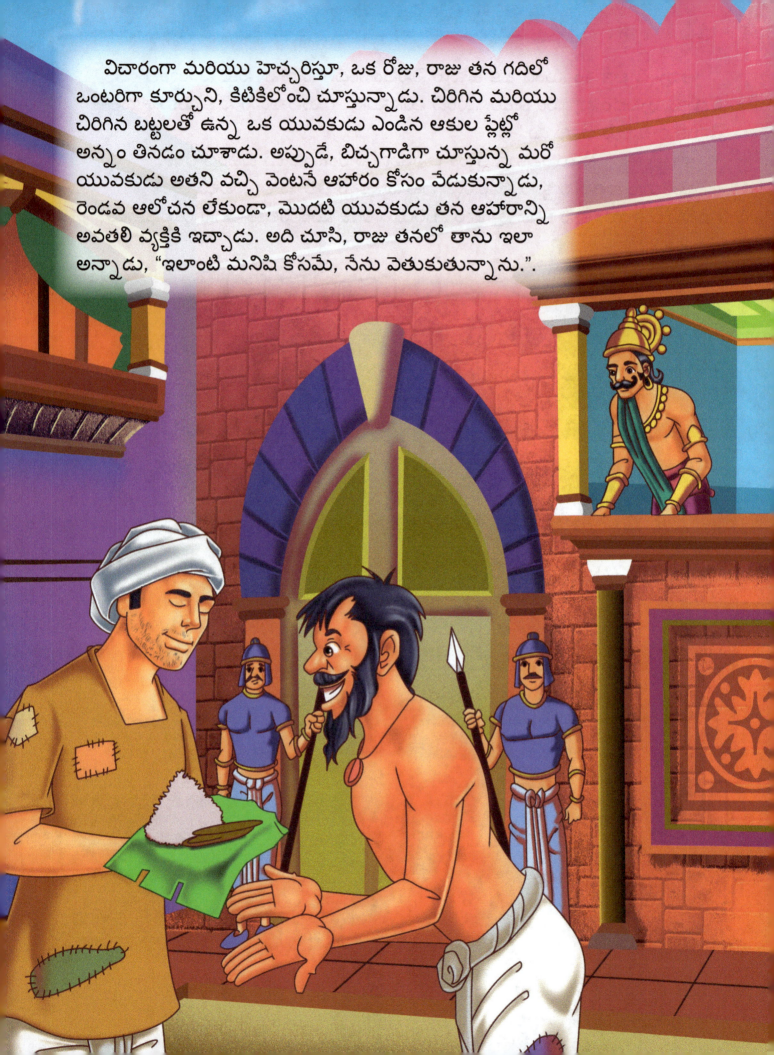

వెంటనే, అతను ఆ వ్యక్తి వద్దకు పరుగెత్తాడు మరియు అతనిని గౌరవంగా తన గదికి తీసుకెళ్లాడు. అతను అతనికి రాజ సీటును ఇచ్చాడు. కానీ యువకుడు ఆ సీటును రాజు వద్దకు లాగి నేలపై కూర్చోవడానికి ఇష్టపడ్డాడు.

రాజు అతని వినయానికి ముగ్ధుడై, "ఎవరు నువ్వు? నేను నిన్ను నా కొడుకుగా స్వీకరించాలనుకుంటున్నాను" అని అడిగాడు. నేను నీ కొడుకును కాగలను. కానీ దయచేసి నన్ను క్షమించండి. నేను మీ రాజ్యాన్ని అంగీకరించలేను, నా ఆహారం గురించి కూడా పట్టించుకోను, మీ రాజ్యానికి ఏమి చేయాలి? నా చుట్టూ ఉన్న వ్యక్తులు సంతోషంగా ఉండటాన్ని చూడాలనుకుంటున్నాను" అని యువకుడు మర్యాదపూర్వకంగా సమాధానమిచ్చారు.

అతని సమాధానానికి రాజు బిజేంద్ర సంతోషించాడు. యువకుడి కళ్లలో ఎంతో తేజస్సు, వెచ్చదనం కనిపించాయి. రాజు ఆ యువకుడిని కౌగిలించుకున్నాడు. "ఈ రోజు నుండి నువ్వు నాకు అనుకూలమైన కొడుకు. నీకు నేను ఉన్నాను నీలాంటి యువకుడి కోసం చాలా కాలంగా నేను వెతుకుతున్నాను.

కొన్ని రోజుల తర్వాత రాజు తన ప్రవీణ కుమారునికి రాజ్య బాధ్యతలన్నింటినీ అప్పగించి, హిమాలయాల్లో తపస్సు చేసేందుకు రాజభవనాన్ని విడిచిపెట్టారు.

నీతి: నిజమైన ఆనందం త్యాగంలోనే ఉంటుంది.

దాచిన నిధి

ఒకప్పుడు, వారణాసి నగరంలో ఒక నీటిని రవాణా చేసేవాడు. ఉండేవాడు. అతను కష్టపడి పనిచేసినప్పటికీ, అతను తన రెండు అవసరాలను తీర్చలేకపోయాడు. అతను పేదరికంలో జీవించాడు. ఒక రోజు, ఒక ధనిక వ్యాపారి కోసం బన్నుల కొద్దీ నీటిని మోసుకెళ్లాడు. తాను పడిన శ్రమకు ప్రతిఫలంగా బంగారు నాణెం పొంది చాలా అదృష్టవంతుడయ్యాడు. బంగారు నాణెం అందుకున్నందుకు చాలా సంతోషించాడు.

"నాకున్న ఈ నిధిని ఎక్కడ దాచాలి?" అనుకున్నాడు. అతను ఇంటికి తిరిగి వెళ్లేటప్పుడు, అతను రాజు యొక్క రాజభవనాన్ని చూశాడు. అతను "అవును! ఈ రాజభవన గోడ ఇటుకులు వెనుక, నా నిధి చాలా భద్రంగా ఉంటుంది" అనుకున్నారు. అతను గోడ నుండి వదులుగా ఉన్న ఇటుకను తీసి దాని వెనుక బంగారు నాణెం ఉంచాడు. ఇది ఉత్తర ద్వారం యొక్క ఎదను వైపు గోడపై ఒక ఇటుక.

కొన్ని సంవత్సరాలు గడిచిపోయాయి. అతను వివాహం చేసుకున్నాడు. మరియు రాజభవనం యొక్క దక్షిణ ద్వారం దగ్గర తన సొంత గుడిని నిర్మించాడు. అతను తన భార్యను ప్రేమిస్తున్నాడు మరియు ఇద్దరూ తమ చిన్న గుడిసెలో సంతోషంగా జీవించారు. ఒక రోజు మధ్యాహ్నం, అతని భార్య అతనితో ఇలా చెప్పింది, "నగరంలో ఒక జాతర జరుగుతోంది అని. ఆ జాతరను ఆస్వాదించడానికి మాకు తగినంత డబ్బు ఉండాలి!! వాటర్ క్యారియర్కు తన భార్య హృదయాన్ని విచ్ఛిన్నం చేయడం ఇష్టం లేదు. అందుకని, "అలా బాధపడకు, నా దగ్గర బంగారు నాణెం సురక్షితమైన స్థలంలో దాచి ఉంచబడింది. నేను తీసుకువస్తాను. తర్వాత మనం జాతరకు వెళ్లి ఆనందిద్దాము." అన్నాడు. వెంటనే బయటకు పరుగెత్తాడు. బయట విపరీతమైన వేడిగా ఉన్నప్పటికీ, దాచిన బంగారు నాణెం తిరిగి పొందడానికి వేగంగా పరుగెత్తాడు.

అప్పుడే, తన రాజభవనంలోని బాల్కనీలో విశ్రాంతి తీసుకుంటున్న రాజు చాలా వేడి వాతావరణంలో ఒంటరి రహదారిపై నీటి క్యారియర్ పరిగెడుతూ పాటను హమ్ చేయడం చూసి ఆశ్చర్యపోయాడు. అతను తన ఆస్థానానికి వాటర్ క్యారియర్ను తీసుకురావాలని తన సైనికులను ఆదేశించాడు. సైనికులు రాజు ఆదేశాలను పాటించారు. వారు అతనిని పట్టుకుని, "రాజు నిన్ను పిలిచాడు. వెంటనే రండి" అన్నారు. వాటర్ క్యారియర్ వారితో వెళ్లడానికి నిరాకరించాడు. కానీ సైనికులు అతన్ని బలవంతంగా రాజు వద్దకు తీసుకెళ్లారు. అతనిని చూసి రాజు, "భూమి నిప్పులా మండుతోంది. ఈ మండుతున్న వేడిని పట్టించుకోకుండా, మీరు పరిగెడుతూ ఆనందంగా పాడుతున్నారు."

వాటర్ క్యారియర్ ఇలా సమాధానమిచ్చాడు, "మీ మహిమా! నా సూర్యుని వేడి కంటే తీవ్రమైనది.

రాజు ఆశ్చర్యపోయి, "ఇంత వేడిలో పరుగెత్తడానికి మిమ్మల్ని ప్రేరేపించే మీ కోరిక ఏమిటో నేను తెలుసుకోవచ్చా?" "నా ప్రభూ! నేను రాజభవనం యొక్క ఉత్తర గోడ నుండి దాచిన నా నిధిని బయటకు తీయాలనుకుంటున్నాను. నా భార్యను సంతోషపెట్టాలను కుంటున్నాను."

రాజు చాలా కుతూహలంతో ఆ వ్యక్తిని అడిగాడు, "నువ్వు దాచిన నిధి ఏమిటి? అది లక్ష బంగారు నాణేలా?" "లేదు సార్, అంత కాదు." "అప్పుడు యాభై వేలా?" లేదు సార్..

రాజు అతనిని అడిగాడు, "అప్పుడు ఎన్ని నాణేలు? మీరే చెప్పండి." నీటి క్యారియర్ తడబడుతూ, "ఒకే బంగారు నాణెం, సర్."

"ఏమిటి! ఒకే ఒక బంగారు నాణెం" అని అతని సమాధానం విని రాజు ఆశ్చర్యపోయాడు.

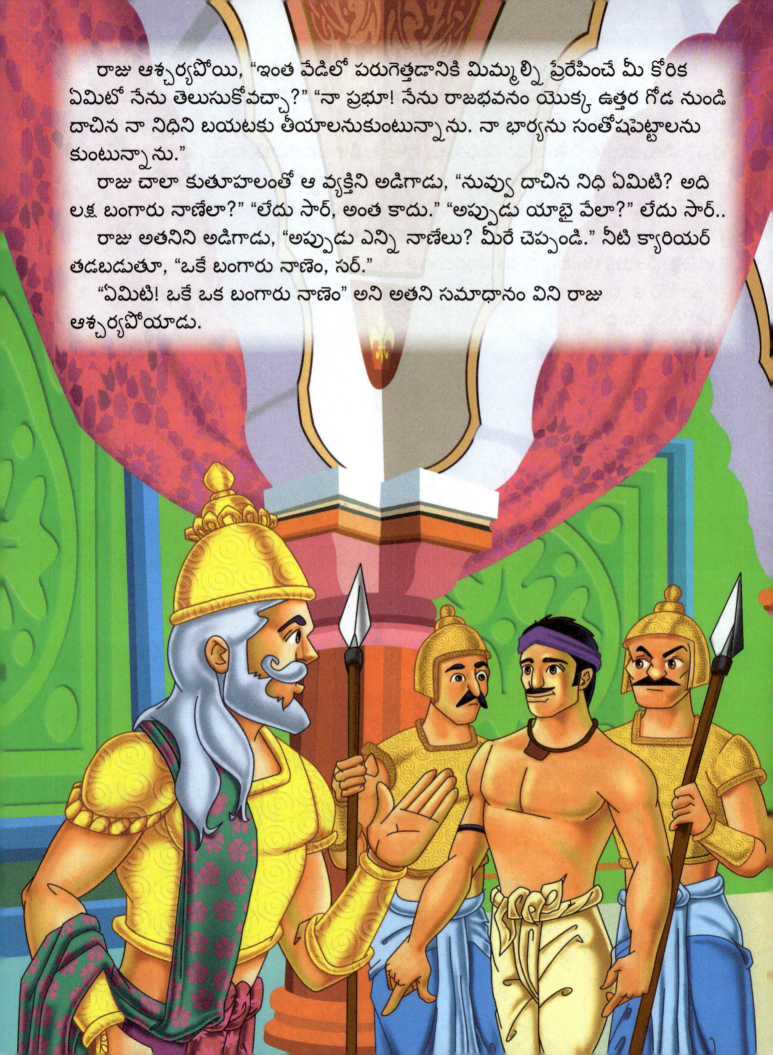

"అవును సార్, నేను నా భార్యను జాతరకి తీసుకెళ్లాలనుకుంటున్నాను. ఈ డబ్బుతో, నేను ఆమెకు ఏదైనా కొంటాను, నేను ఆమెను సంతోషంగా చూడాలనుకుంటున్నాను."

"రాజు తన భార్యపై ఉన్న ప్రేమను చూసి పొంగిపోయాడు. రాజు అతనికి ఒక బంగారు నాణేన్ని అందించి, "ఓ పెద్ద మనిషి! మీరు దాచిన నిధి కోసం ఉత్తర గోడ వరకు అంత వేడిలో పరుగెత్తాల్సిన అవసరం లేదు. ఈ బంగారు నాణెం తీసుకొని ఇంటికి తిరిగి వెళ్ళు" అని చెప్పాడు. వాటర్ క్యారియర్ రాజు నుండి ఆ నాణేన్ని తీసుకుని, "నేను దానిని అంగీకరిస్తున్నాను కాని నేను వెళ్లి నా దాచిన బంగారు నాణెం తీసుకురావాలి! అన్నాడు.

రాజు భావించాడు, అతను మరింత డబ్బుని కలిగి ఉండాలని కోరుకున్నాడు. కాబట్టి అతను అతనికి మరిన్ని బంగారు నాణేలు అందించాడు. కాని ఆ వ్యక్తి తన కష్టపడి సంపాదించిన బంగారు నాణెం తీసుకుని రావాలని పట్టుబట్టడం కొనసాగించాడు.

పేద నీటి క్యారియర్ యొక్క దృఢ సంకల్పం చూసి రాజు బాగా ఆకట్టుకున్నాడు. చివరగా, రాజు, "మీరు మీ మొండితనాన్ని విడిచిపెట్టిన షరతుపై నా రాజ్యంలో సగం మీకు ఇస్తాను అన్నాడు.".

వాటర్ క్యారియర్ చాలా వినయంతో ఆఫర్ను అంగీకరించాడు. రాజు అతని తన రాజ్యంలో సగం ఇచ్చే ముందు, "మీరు రాజ్యంలోని ఏ భాగాన్ని తీసుకోవాలనుకుంటున్నారు?" అని అడిగారు. వాటర్ క్యారియర్ ఒక్క క్షణం ఆలోచించి, "అయ్యా, నేను మీ రాజు యొక్క ఉత్తర భాగాన్ని స్వాధీనం చేసుకోవాలనుకుంటున్నాను." అతని సమాధానానికి రాజు చిరునవ్వు నవ్వి, "పెద్దమనిషి, మీ పట్టుదలను మాత్రమే కాకుండా మీ తెలివితేటలను కూడా నేను నిజంగా అభినందిస్తున్నాను." ఈ విధంగా, వాటర్ క్యారియర్ రాజ్యంలో సగం పొందడమే.

కాకుండా, రాజభవనం యొక్క ఉత్తరగోడలో దాచిన బంగారు నాణాన్ని పొందడంలో కూడా విజయం సాధించాడు.

నీతి : పట్టుదల మరియు సంకల్పం జీవితంలో ఒకరి విజయానికి కీలకం.

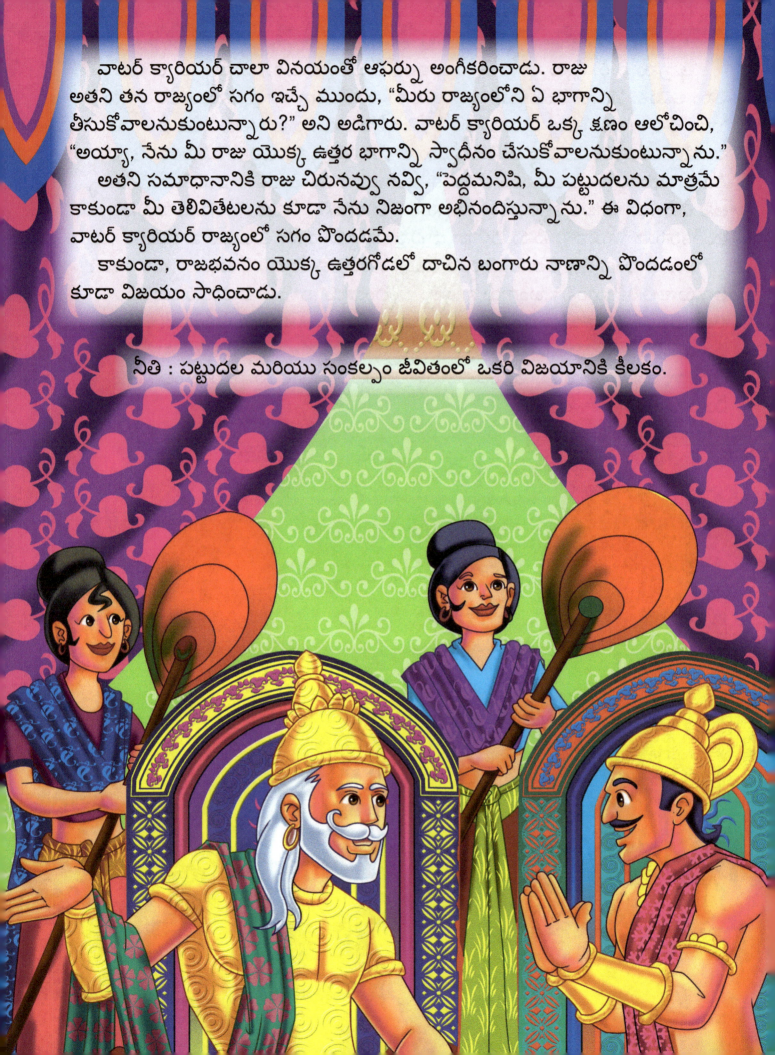

పరివర్తన

ఒకప్పుడు ఒక పట్టణంలో ఒక దొంగ నివసించేవాడు. తాళం వేసి ఉన్న ఇళ్లను పగులగొట్టేందుకు రాత్రి పూట ఇంటి నుంచి బయటకు వెళ్లేవాడు. ఏది పడితే అది చేయివేసి వెళ్లిపోయేవాడు.

చాలా రోజులుగా తాళం వేసి ఉన్న ఇంట్లోకి ఓ రాత్రి చొరబడ్డాడు. ఇంటి ఆవరణలోకి రాగానే ఓ గదిలో దీపం వెలుగుతూ కనిపించింది. అతను జాగ్రత్తగా ఉండి, ఆ గదిలో ఎవరో ఉన్నారని అనుకున్నాడు.

అక్కడ ఎవరైనా ఉన్నారా అని మెల్లగా గది వైపు నడిచాడు. అతను కొంతసేపు బయట వేచి ఉన్నాడు కాని లోపల నుండి శబ్దం వినబడలేదు. గదిలో ఒక మూలన పడి ఉన్న మంచం మరియు మూడు నాలుగు పెద్ద అల్మారాలు చూశాడు. అతను నిశ్శబ్దంగా లోపలికి వెళుతున్నప్పుడు, నేలపై చెల్లాచెదురుగా పడి ఉన్న బంగారు ముక్కలను చూసి అతను ఆశ్చర్యపోయాడు. దీపపు వెలుగు వాటిపై పడటంతో అవి మెరుస్తున్నాయి.

దేవుడు తనపై చూపిన గొప్ప దయకు కృతజ్ఞతలు తెలిపాడు. "నేను ఈ బంగారాన్ని తీసుకెళ్తాను మరియు భవిష్యత్తులో నేను ఏమీ దొంగిలించాల్సిన అవసరం లేదు. నేను ప్రశాంతమైన జీవితాన్ని గడుపుతాను" అని అతను అనుకున్నాడు.

హడావుడిగా, తన రుమాలులో ఉన్న బంగారు ముక్కలన్నీ సేకరించాడు. గది నుండి బయటకు రాగానే అక్కడ పడి ఉన్న మరికొన్ని బంగారు ముక్కలను చూసి అవాక్కయ్యాడు.

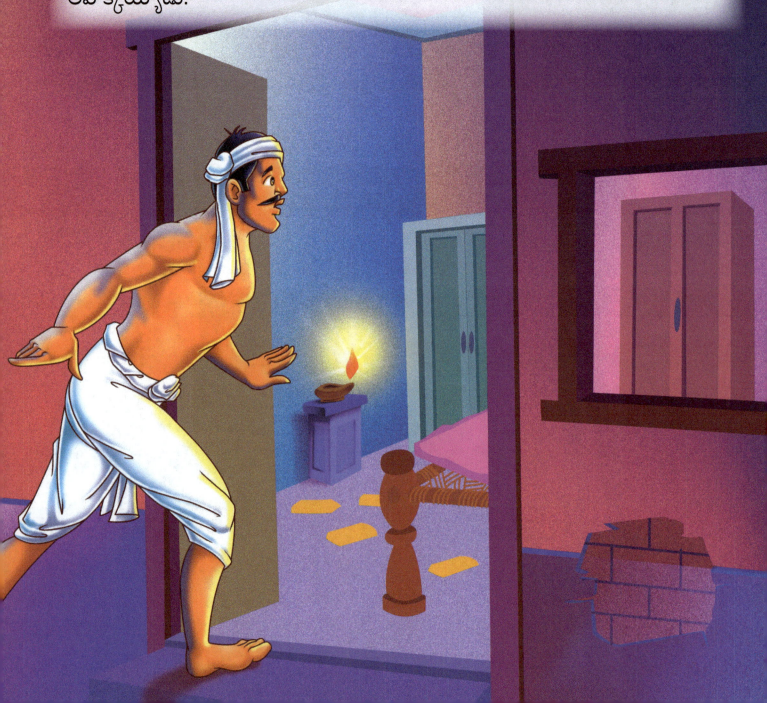

అతను తన రుమాలు విప్పి, ఆ బంగారు ముక్కలను రుమాలులో వేయడం ప్రారంభించాడు. అతను వెళ్లడానికి సిద్ధంగా ఉన్నప్పుడు, అక్కడ పడి ఉన్న మరికొన్ని బంగారు ముక్కలు కనిపించాయి.

మరిన్ని బంగారు నగలను సేకరించాలనే దురాశను దొంగ అదుపు చేసుకోలేకపోయాడు. అతను చాలా బిజీగా ఉన్నాడు మరియు దాని ఓడిపోయాడు. అతను తెల్లవారుతుందని గ్రహించలేదు మరియు చాలా అలస్యం కాకముందే అతను ఆ స్థలం నుండి బయలుదేరాలి. ఇంతలో ఎవరో ఇంటి ఇతర గేటు తెరిచారు. దీపం వెలుగు కూడా ఆరిపోయింది. గదిలో పడి ఉన్న బంగారు ముక్కలు కూడా మాయమయ్యాయి.

దొంగ ఏమీ నిర్ణయించుకోలేకపోయాడు. గందరగోళంలో, అతను కట్టను అక్కడే వదిలి, కప్ బోర్డుల వెనుక దాక్కున్నాడు. కొద్దిసేపటి తర్వాత, ఒక సన్యాసి భిక్షపాత్ర పట్టుకుని గదిలోకి రావడం చూశాడు. సన్యాసి నేలపై పడి ఉన్న కట్టను చూసి, "ఈ కట్టలో ఏమి ఉంది? ఇది ఇక్కడకు ఎలా వచ్చింది?" అని అనుకుంటూ..

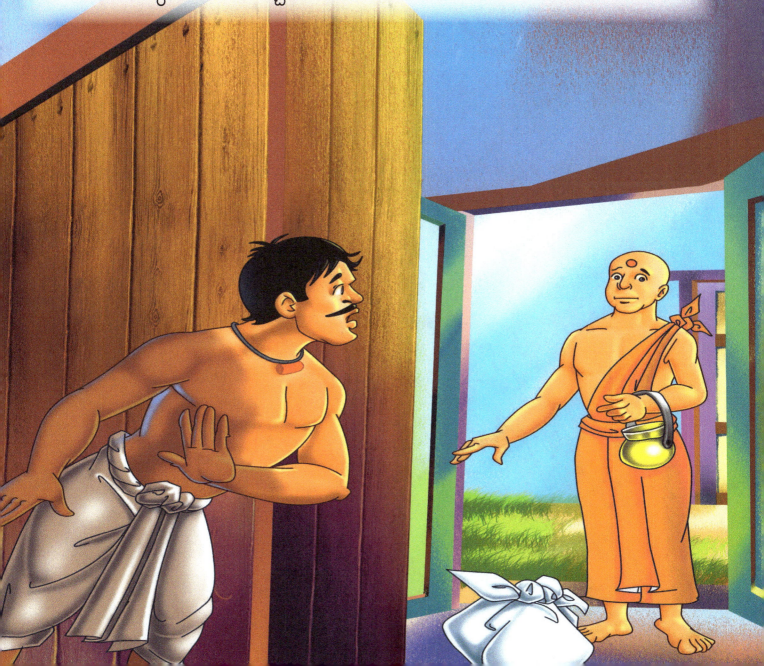

అతను దానిని తీసుకుని, దానిని తెరిచి చూడగా, దానిలో బూడిద - పొడిని చూసి ఆశ్చర్యపోయాడు. అతను కేవలం మంచం కింద కట్ట ఉంచాడు. మరియు విశ్రాంతి కోసం మంచం మీద పడుకున్నాడు.

కబోర్డుల వెనుక దాక్కుని దొంగ అంతా చూస్తున్నాడు. అతను కూడా కట్టలోని బూడిద - పొడి వెనుక రహస్యం గురించి ఆశ్చర్యపోయాడు.

అతనికి, ప్రతిదీ ఒక అద్భుతం వంటిది. కాసేపు విశ్రాంతి తీసుకున్న తర్వాత, సన్యాసి గదిని వదిలి ఇంటి నుండి బయటకు వెళ్లాడు. దొంగ దాచిన ప్రదేశం నుండి బయటకు వచ్చి రుమాలు జాగ్రత్తగా పరిశీలించాడు. అందులో బంగారు ముక్కలకు బదులు బూడి-పొడి ఉంది. అతని ఏం చేయాలో తోచలేదు. ఆ రోజు ఇంటి నుండి బయటకు వెళ్లేందుకు ప్రయత్నిస్తే పట్టుకుని అరెస్ట్ చేస్తారని అతనికి తెలుసు. అంతేకాదు, బంగారు ముక్కలు మరియు బూడిద - పొడి చుట్టూ ఉన్న అసలు రహస్యాన్ని తెలుసుకోవాలని అతను ఆసక్తిగా ఉన్నాడు. అందుకే గదిలోనే దాక్కుంటూనే ఉన్నాడు.

సాయంత్రం చీకటి పడగానే గదిలో దీపం వెలిగింది. బంగారు ముక్కలు మళ్లీ నేలపై పడి కనిపించాయి. దొంగ బూడిదను విసిరి, తన రుమాలులో బంగారు ముక్కలను సేకరించడం ప్రారంభించాడు. మళ్లీ తెల్లవారుజాము వరకు బంగారు ముక్కలను సేకరిస్తూనే ఉన్నాడు. మళ్ళీ సన్యాసి గదిలోకి వచ్చాడు, రుమాలులో ఉంచిన బంగారు ముక్కలు బూడిదగా మారాయి.

ఇలా నాలుగు రాత్రులు ఆ దొంగ గదికే పరిమితమయ్యాడు. ఐదవరోజు, ఉదయం, సన్యాసి లోపలికి రాగానే, దొంగ దాక్కుని ఉన్న స్థలం నుండి బయటకు సన్యాసి పాదాలపై పడ్డాడు. అతను అతనితో, "ఓ దివ్య ఆత్మ! దయచేసి నన్ను క్షమించి, నీ ఇష్టం వచ్చినట్టు శిక్షించండి. అయితే, వెలిగించిన దీపం మరియు బంగారు ముక్కలు బూడిదగా మారడం వెనుక రహస్యం ఏమిటో చెప్పండి?"

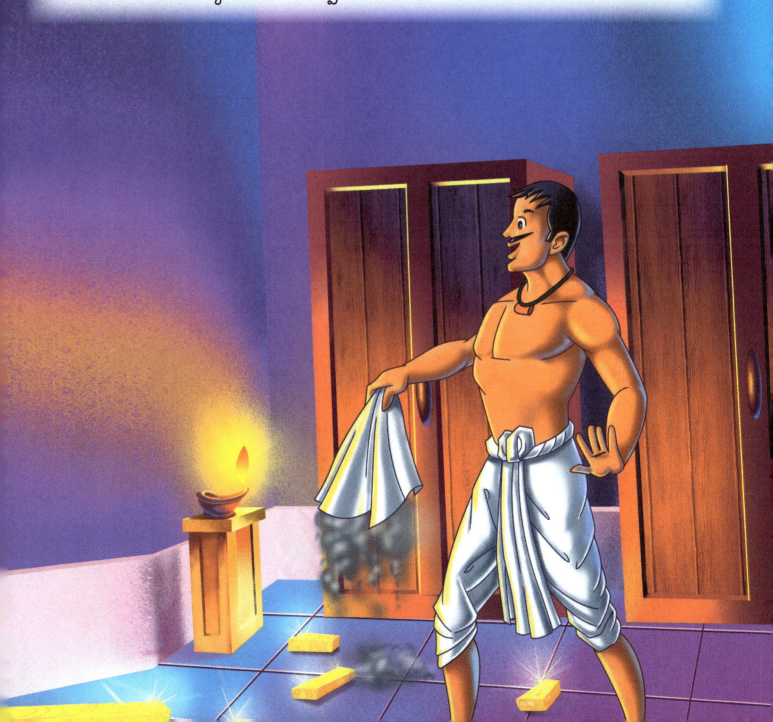

సన్యాసి దొంగతో ఇలా చెప్పాడు, "వినండి, యువకుడా! ఈ భూమిలో ఒకప్పుడు ఒక మఠం ఉంది, ఇక్కడ ఈ గది నిర్మించబడింది; సాధువులు మరియు పవిత్ర పురుషులు ఇక్కడ నివసించారు. వారి దైవిక శక్తి కారణంగా దీపం తనంతట తానుగా వెలిగిపోతుంది, బంగారు ముక్కలు. నేల అంతా పడి ఉన్నప్పుడు మరియు వాటిని ఒక కట్టలో కట్టినప్పుడు బూడిదగా మారుతాయి అని, "సన్యాసి అతనితో అన్నాడు, "నీకు పూర్వ జన్మలో నువ్వు మంచి మనిషి అయి ఉండాలి. భగవంతుడు నీ పట్ల చాలా దయతో ఉన్నాడు. నీ మనస్సును సత్యం మరియు ధర్మ మార్గంలో మేల్కొల్పడానికి ఆయన ఇదంతా చేసాడు."

ఆరోజు నుంచి దొంగ దొంగతనం చేయడం మానేశాడు. ఇంటికి వెళ్లే బదులు, "సరైన మార్గాన్ని అనుసరించండి మరియు నిజాయితీతో జీవించండి" అని అందరికీ బోధించే సాధువు అయ్యాడు.

బంగారు హంస

ఒకప్పుడు, బంగారు ఈకలు కలిగిన హంస ఉండేది. హంస ఒక చెరువులో నివసించేది. ఆ చెరువు దగ్గర ఒక పేద స్త్రీ, తన ఇద్దరు కూతుళ్లతో కలిసి నివసించేది. ఇరుగుపొరుగు వారి భిక్ష, దయాదాక్షిణ్యాలతో ఆ కుటుంబం జీవిస్తోంది. ఆ నిరుపేద స్త్రీ చాలా కష్టతరమైన జీవితాన్ని గడుపుతుండటం హంస గమనించింది.

"నా బంగారు ఈకలను ఒక్కొక్కటిగా ఇస్తే అమ్మ వాటిని బజారులో అమ్మి డబ్బు సంపాదించవచ్చు. అప్పుడు వారు సుఖంగా జీవించవచ్చు" అనుకుంది హంస. అలా ఒకరోజు హంస ఎగిరిపోయి వాళ్ల ఇంటి పైకప్పు మీద కూర్చుంది. హంసను చూసి ఆ స్త్రీ, "ఇక్కడికి ఎందుకు వచ్చావు? నీకు సమర్పించడానికి మా దగ్గర ఏమీ లేదు అంది."

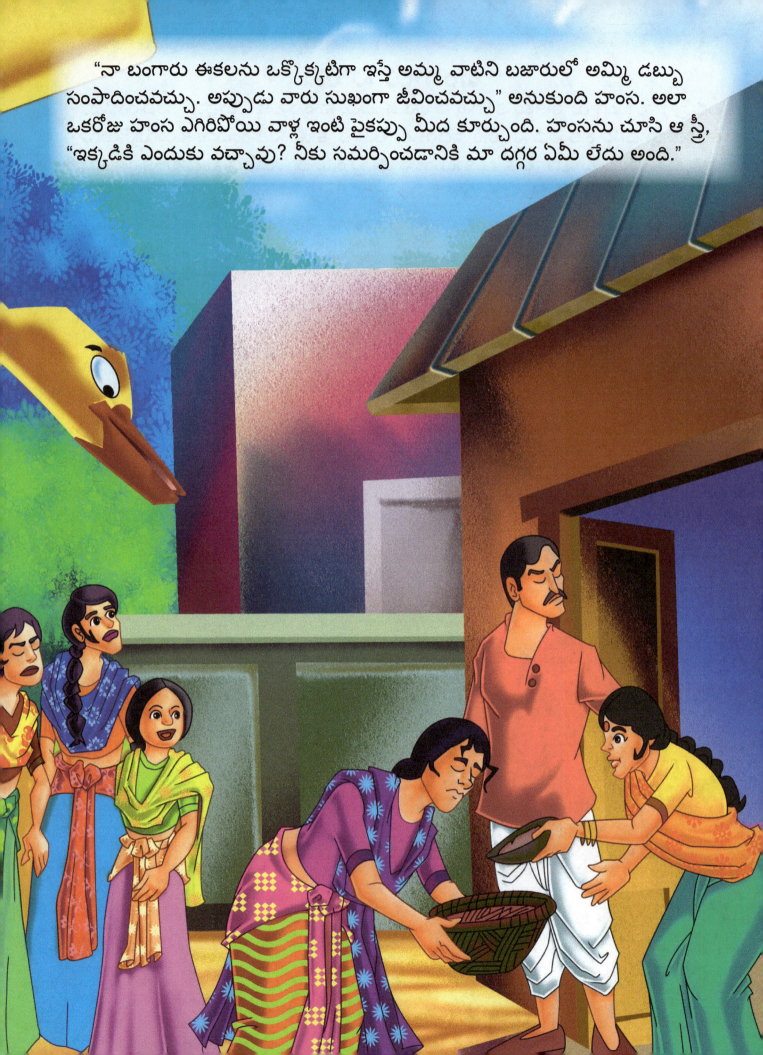

హంస “నా బంగారు ఈకలను మీకు ఇవ్వడానికి వచ్చాను, మీరు వాటిని బజారులో అమ్మి కొంత డబ్బు సంపాదించవచ్చు. మీ దయనీయ స్థితిని “నేను చూడలేను” అని సమాధానం ఇచ్చింది. అంటూ హంస తన ఈక ఒకటి వదిలి ఎగిరిపోయింది. ఆరోజు నుండి, అది ప్రతి వారం అక్కడికి వెళ్లి ప్రతిసారీ పేద స్త్రీకి ఒక బంగారు ఈకను వదిలివేస్తుంది.

వెంటనే పేద స్త్రీ ధనవంతురాలైంది. ఆమె మరియు ఆమె ఇద్దరు కుమార్తెలు సంతోషంగా మరియు సౌకర్యవంతంగా జీవితాన్ని గడపడం ప్రారంభించారు. అయితే, ఆ మహిళ చాలా ఆత్యాశకు గురైంది. వీలైనంత త్వరగా అన్ని ఈకలు కావాలని కోరుకుంది. ఒకరోజు, ఆమె తన కూతుళ్లతో, "ఆ పక్షి మనకు సహాయం చేయడానికి ఎంతకాలం వస్తుందో మాకు తెలియదు, వచ్చేసారి, అది వచ్చినప్పుడు, నేను దాని ఈకలన్నీ తీసివేస్తాను అంది."

కానీ కూతుళ్లు తమ తల్లికి సలహా ఇచ్చారు, "దయచేసి, ఇది చేయవద్దు. ఇది హంసకు నొప్పిని కలిగిస్తుంది". కానీ తల్లి హంస యొక్క ఈకలన్నీ బయటకు తీయాలని నిర్ణయించుకుంది.

హంస మళ్లీ రాగానే అమ్మ హంసను పట్టుకుని దాని ఈకలన్నీ తీసి చూసింది. హంసకి ఎంత బాధ కలుగుతుందో ఆమె బాధపడలేదు. అయితే ఆ బంగారు ఈకలు మామూలు ఈకలుగా మారడం చూసి ఆమె ఆశ్చర్యపోయింది.

బంగారు హంస ఆ స్త్రీతో, "నేను మీకు సహాయం చేయాలనుకున్నాను, కానీ మీరు నన్ను చంపాలనుకున్నారు, ఇప్పుడు, నా ఈకలు సాధారణ ఈకలు తప్ప మరేమీ కాదు. నేను ఈ ప్రదేశం నుండి వెళ్తున్నాను మరియు తిరిగి రాలేను." ఆ మహిళ జాలిపడి హంసకు క్షమాపణ చెప్పింది. కానీ చాలా ఆలస్యం అయింది. బంగారు హంస "ఎప్పుడూ అత్యాశతో ఉండకు" అంది. మరియు అది ఎగిరిపోయింది.

నీతి: దురాశ ఎల్లప్పుడూ దుఃఖాన్ని తెస్తుంది; కాబట్టి అత్యాశ వద్దు.

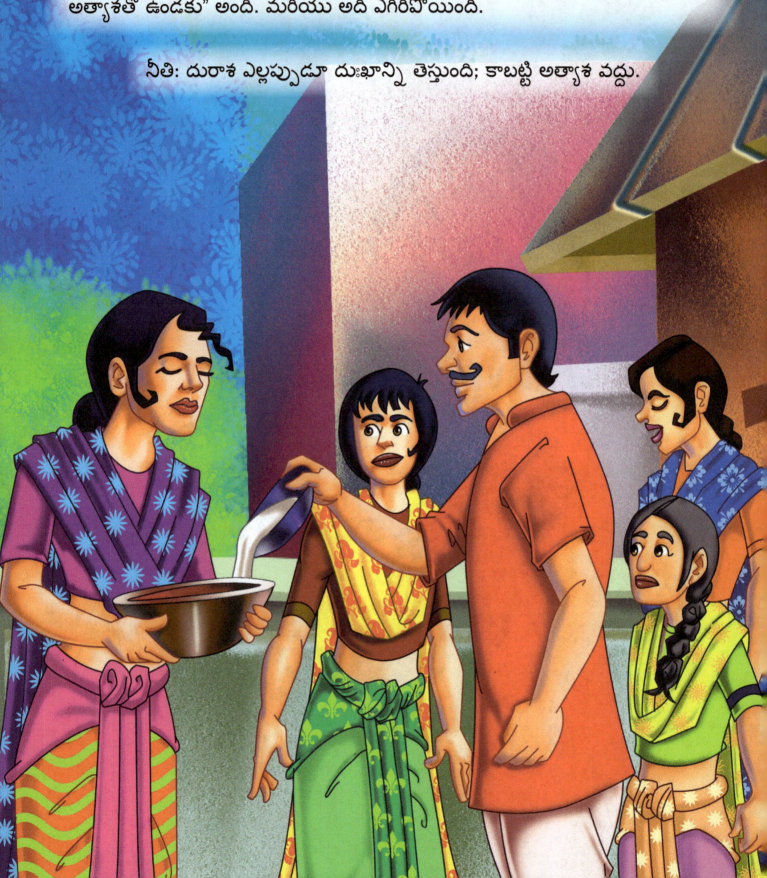

తెలివైన మరగుజ్జు

ఒక గ్రామంలో, తన తల్లితండ్రులతో ఒక మరగుజ్జు ఉండేవాడు. చూడ్డానికి చాలా చిన్నగా ఉన్నా, చాలా తెలివైనవాడు, ప్రతిభావంతుడు. అతను చాలా మంచి విలుకాడు, కానీ గ్రామంలో చేయడానికి ఎటువంటి పని లేదు. పిల్లలు అతన్ని చెట్టు అని పిలిచి ఆటపట్టించేవారు. దీంతో అతను తీవ్ర మనస్తాపానికి గురయ్యాడు.

ఒకరోజు అతని స్నేహితుడొకడు అతనికి సలహా ఇచ్చాడు. "నువ్వు అంత మంచి విలుకాడు. రాజు వద్దకు ఎందుకు వెళ్లకూడదు? అతను నిన్ను తన సైన్యంలో చేర్చుకుంటాడు." మరుసటిరోజు, తన తల్లిదండ్రుల అనుమతితో, అతను రాజభవనానికి బయలుదేరాడు. అతను తన పొట్టి ఎత్తు గురించి చాలా స్పృహతో ఉన్నాడు. దారిలో "నా ఎత్తు చూసి రాజు కూడా ఎగతాళి చేస్తాడు.. నన్ను తన సైన్యంలో చేర్చుకోకపోవచ్చు" అని ఆలోచిస్తూనే ఉన్నాడు. అతను మరింత ముందుకు వెళుతున్నప్పుడు, అతనికి బలమైన సహాయకుడిని తనతో ఉంచుకోవాలనే ఆలోచన వచ్చింది.

అతను నడుస్తూనే ఉన్నాడు మరియు రాజభవనానికి వెళుతున్నప్పుడు, అతను పొలంలో పనిచేస్తున్న బలమైన శరీరాకృతితో పొడపైన వ్యక్తిని చూశాడు. అతని పేరు భీముడు. చోటూ అతని దగ్గరకు వెళ్ళి, "నువ్వు చాలా బలవంతుడివి. రాజుగారి సైన్యంలో ఉండే అర్హత నీకుంది" అన్నాడు. భీముడు, "అయితే నాకు విల్లు మరియు బాణం ఎలా పట్టుకోవాలో కూడా తెలియదు." "నువ్వు కంగారుపడకు. నేను చాలా మంచి విలుకాడు. షూటింగ్ నీకు సహాయం చేస్తాను. నువ్వు నాతో పాటు రాజుగారి భవనానికి రావడానికి ఒప్పుకో" అన్నాడు చోటూ భీమునితో, రాజు సైన్యంలో పని చేయాలనే ఆలోచనతో భీముడు చాలా ముగ్ధుడయ్యాడు. అతను వెంటనే చోటూతో కలిసి రాజు భవనంలో తన అదృష్టాన్ని పరీక్షించుకోవడానికి అంగీకరించాడు.

వారి ధైర్యసాహసాలను పరీక్షించడానికి, రాజు వారికి ఒక పనిని అప్పగించాడు. సమీపంలోని ఓ గ్రామంలో నరమాంస భక్షక సింహం గత కొన్ని రోజులుగా గ్రామస్తులకు తీవ్ర విఘాతం కలిగిస్తోంది. అతను చాలా మంది గ్రామస్తులను చంపాడు మరియు వారు నిరంతరం భయంతో జీవిస్తున్నారు. రాజు "నువ్వు వెళ్లి ఆ సింహాన్ని చంపాలి" అని ఆజ్ఞాపించాడు.

వారిద్దరూ అంగీకరించారు మరియు వారికి సైనికుల యూనిఫాం ఇచ్చారు. భీముడు రాజు యొక్క ఆస్థానం నుండి బయటకు వచ్చినప్పుడు, అతను గ్రామస్తులను ఎదుర్కొని సింహంతో పోరాడాలనే ఆలోచనతో చాలా కలత చెందాడు మరియు భయపడ్డాడు. కానీ చోటూ అతనికి హామీ ఇచ్చాడు, "సింహాన్ని చంపడానికి, మీరు బలంగా మరియు విల్లు మరియు బాణం కలిగి ఉండటమే కాదు; మీకు తెలివితేటలు కూడా అవసరం." "అయితే అది ఎలా సాధ్యం?" అడిగాడు భీముడు విచారంగా, నిస్పృహగా చూస్తూ.

చోటూ భీముడికి తన ప్రణాళికను వెల్లడించాడు మరియు వారి భుజాలపై విల్లు మరియు బాణాలు పట్టుకుని, వారు సింహాన్ని చంపడానికి గ్రామానికి బయలుదేరారు. రాజ సైనికుల యూనిఫారంలో గుర్రంపై స్వారీ చేస్తున్న వారిని చూసిన గ్రామస్తులు వారికి స్వాగతం పలికేందుకు ఎంతో సంతోషించారు. ఆ ఊరి పెద్ద, "రాజుగారు నిన్ను పంపినందుకు కృతజ్ఞతలు తెలుపుతున్నాము. మేము మీకు అండగా ఉంటాము. మీరు మీతో పాటు కొంతమంది గ్రామస్తులను తీసుకువెళ్లండి" అన్నాడు.

వెంటనే, చాలా మంది గ్రామస్తులు తమ చేతుల్లో పొడవాటి కర్రలు పట్టుకుని వారిని అనుసరించారు. అందరూ అడవి వైపు కదిలారు. అకస్మాత్తుగా, వారు సింహం యొక్క పెద్ద గర్జనను విన్నారు. గ్రామస్తులందరూ "సింహాన్ని చంపండి! సింహాన్ని చంపండి" అని అరుస్తూ ఆ వైపుకు పరుగులు తీశారు. భీముడు ఎక్కడా కనిపించడం లేదని కూడా వారు గమనించలేకపోయారు. వారు నిర్భయంగా ముందుకు సాగారు మరియు తమ శక్తిమంతులతో తమ పొడవాటి కర్రలతో సింహంపై దాడి చేశారు. వెంటనే సింహం చంపబడింది. గ్రామస్థులు ఉపశమనం పొంది ఆనందంతో నృత్యం చేయడం ప్రారంభించారు.

చోటూ భీముడికి తన ప్రణాళికను వెల్లడించాడు మరియు వారి భుజాలపై విల్లు మరియు బాణాలు పట్టుకుని, వారు సింహాన్ని చంపడానికి గ్రామానికి బయలుదేరారు. రాజ సైనికుల యూనిఫారంలో గుర్రంపై స్వారీ చేస్తున్న వారిని చూసిన గ్రామస్తులు వారికి స్వాగతం పలికేందుకు ఎంతో సంతోషించారు. ఆ ఊరి పెద్ద, "రాజుగారు నిన్ను పంపినందుకు కృతజ్ఞతలు తెలుపుతున్నాము. మేము మీకు అండగా ఉంటాము. మీరు మీతో పాటు కొంతమంది గ్రామస్తులను తీసుకువెళ్లండి" అన్నాడు.

భీముడు చనిపోయిన సింహాన్ని రాజభవనానికి తీసుకువచ్చాడు. రాజు చనిపోయిన జంతువును చూసి సంతోషించాడు మరియు అతనికి మరియు చోటూకు బంగారు నాణేలా సంచిని బహుమతిగా ఇచ్చాడు. భీముడు చోటూకి కృతజ్ఞతలు తెలుపుతూ, "ఈరోజు, నీ తెలివితేటల వల్ల, సింహం చంపబడింది మరియు మాకు అన్ని ప్రశంసలు మరియు ప్రతిఫలం లభించాయి." తర్వాత వారిద్దరూ రాజుగారి సైన్యంలో పర్మినెంట్ ఉద్యోగం పొంది సంతోషంగా జీవించారు.

నీతి : శారీరక బలం కంటే తెలివితేటలు గొప్పవి.

తెలివైన చిలుక

చాలా దూరం ప్రయాణించడానికి మరియు కొత్త ప్రదేశాలను సందర్శించడానికి ఇష్టపడే రెండు చిలుకలు ఉన్నాయి. వారు చాలా అందంగా ఉన్నారు. ఒకసారి వారు ఒక ప్యాలెస్ గార్డెన్లోకి ప్రవేశించి, పక్షుల కోసం వేసిన ఉచ్చులో చిక్కుకున్నారు. రాజు సైనికులు వారిని రాజు ముందుకి తీసుకొచ్చారు. ఆ రెండు పక్షుల అందాన్ని చూసి రాజు ఆశ్చర్యపోయాడు. అందమైన పక్షులను బంగారంతో చేసిన ప్రత్యేక పంజరంలో ఉంచమని తన మనుషులను ఆదేశించాడు.

రెండు చిలుకలు చర్చనీయాంశమయ్యాయి. అద్భుతమైన పక్షులను ఆరాధించడానికి రాజ అతిథులు కూడా నిలబడతారు. వారికి నచ్చిన అత్యుత్తమ ఆహారాన్ని అందించారు.

ఒకరోజు ఒక పెద్ద కోతిని రాజభవనానికి తీసుకువచ్చారు. ఇంత పెద్ద కోతిని ప్రజలు ఇంతకు ముందు చూడలేదు. వెంటనే అందరి దృష్టి కోతి వైపు మళ్లింది. అతను రాజు మరియు ప్యాలెస్ అధికారులు దృష్టి కేంద్రంగా మారాడు. అతనిని చూడటానికి మరియు అతని ఫన్నీ ట్రిక్స్ ఆస్వాదించడానికి ప్రజలు పెద్ద సంఖ్యలో వస్తారు.

ఇప్పుడు చిలకలు రెండూ నిర్లక్ష్యంగా భావించాయి. వారికి ఆహారం కూడా సరిగా అందడం లేదు. రెండు చిలుకలలో చిన్నది తీవ్రంగా గాయపడింది. అతను ఇతర చిలుకతో, "ఇక మమ్మల్ని ఎవరూ పట్టించుకోరు. ఈ పంజరం నుండి తప్పించుకుని వేరే చోటికి పారిపోవడానికి ప్రయత్నిద్దాం" అని చెప్పాడు. రెండింటిలో తెలివైన మరోక చిలుక, "ప్రియ మిత్రమా. బాధపడకు, శ్రద్ధ, ఉదాసీనత, ప్రశంసలు, విమర్శ గౌరవం లేదా అవమానాలు జీవితంలో తాత్కాలికమైనవి. ఓపిక పట్టండి. త్వరలో ప్రజలు విసుగు చెందుతారు. కోతి చేష్టలు మరియు మన నిజమైన విలువను గ్రహించండి."

ఇది జరిగినప్పుడు, కోతి కొంతకాలంగా ప్రజలతో తప్పుగా ప్రవర్తించడం ప్రారంభించింది మరియు చాలా చేసింది. వారిద్దరూ హాయిగా మరియు విలాసవంతమైన జీవితాన్ని గడుపుతున్నారు. రాజు అతని ప్రవర్తన చాలా అభ్యంతకరంగా ఉందని మరియు అతనిని తిరిగి అడవికి తీసుకెళ్లమని తన సైనికులను ఆదేశించాడు.

ఇప్పుడు అందరు చక్కగా ప్రవర్తించిన అందమైన చిలుకలపై మరోసారి దృష్టి సారించడం ప్రారంభించారు.

నీతి : సహనం కలిగి ఉండండి; ఒక వ్యక్తి యొక్క నిజమైన విలువ ఎల్లప్పుడూ గుర్తించబడుతుంది.

గ్రద్ధ మరియు అతని స్నేహితులు

ఒకప్పుడు, దట్టమైన అడవిలో ఒక సరస్సు దగ్గర ఒక గద్దల కుటుంబం నివసించేది. కుటుంబంలో ఒక ఆడ గ్రద్ధ, ఒక మగ గ్రద్ధ మరియు వారి ఇద్దర పిల్లలు ఉన్నారు. వారంతా సంతోషంగా జీవించారు. ఒకరోజు ఆడ గ్రద్ధ తన భర్తతో ఇలా చెప్పింది, "ప్రియమా, మనకి ఇరుగుపొరుగు స్నేహితులు లేరు. సరస్సు అవతలివైపు నివసించే కింగ్ ఫిషర్, తాబేలు మరియు సింహంతో ఎందుకు స్నేహం చేయకూడదు? స్నేహితులు అవసరమైన సమయాల్లో సహాయం చేస్తారు."

మగ-గ్రద్ద తన భార్య సూచనను ఇష్టపడింది మరియు ఉదయం కింగ్ ఫిషర్, తాబేలు మరియు సింహాన్ని కలవడానికి వెళ్లింది. ముగ్గురూ ముక్తకంఠంతో పలకరించి, అతనితో స్నేహం చేయడం ఆనందంగా ఉంది. వారు, "మీ స్నేహాన్ని మేము గౌరవిస్తాము. మీకు అవసరమైనప్పుడు మీరు మాకు కాల్ చేయవచ్చు." ఇప్పుడు వారందరూ తరచూ కలుసుకోవడం అలవాటు చేసుకున్నారు. వారు కలిసి కూర్చుని మాట్లాడుకుంటారు; వారి జీవితం పూర్తిగా నవ్వులతో నిండిపోయింది.

ఒకరోజు ఇద్దరు వేటగాళ్లు సరస్సు దగ్గరకు వచ్చారు. వారు ఆకలితో అలసిపోయారు. రోజంతా, వారు ఏ జంతువును వేటాడలేక పోయారు. వాళ్లలో ఒకడు "ఈ రాత్రికి ఇక్కడే బస చేద్దాం. ఉదయం ఏం దొరుకుతుందో చూద్దాం" అన్నాడు.

వాళ్లు వెళ్ళి పచ్చటి గడ్డి మీద పడుకున్నారు. వారు నిద్రించడానికి ప్రయత్నించారు. కానీ అక్కడ చాలా దోమల వల్ల వారు కలవరపడలేదు. దాంతో దోమలను ఎగరవేసేందుకు నిప్పులు చెరిగారు. మంటలను చూసి, మంటల వేడితో, గ్రద్దల పిల్లలు మేల్కొని ఏడుపు ప్రారంభించాయి.

పసిపాపల రోదనలు విని వేటగాళ్లు ఉలిక్కిపడ్డారు. వాళ్ళు, "ఈ పిల్ల పక్షులను తెచ్చి నిప్పుల్లో కాల్చుదాం" అన్నారు. గ్రద్దలు కూడా నిద్రలేచి వారి సంభాషణను వింటాయి. ఆడ గ్రద్ద ఏడుపు ప్రారంభించి తన భర్తతో, "తాబేలు ఇప్పుడు నిద్రపోవచ్చు, కింగ్ ఫిషర్ వద్దకు వెళ్ళి అతనిని సహాయం కోరండి లేకపోతే ఈ మనుషులు మన పిల్లలను తింటారు."

కాబట్టి, మగ గ్రద్ద కింగ్ ఫిషర్ వద్దకు వెళ్లి ఇద్దరు వేటగాళ్ల ప్రణాళికల గురించి అతనికి చెప్పింది. కింగ్ ఫిషర్ గ్రద్దను ఓదార్చి, "చింతించకు, మిత్రమా. ఇంటికి తిరిగి వెళ్లి నీ భార్యను ఓదార్చండి. నేను ఇప్పుడే వస్తున్నాను" అని చెప్పింది. గ్రద్ద ఇంటికి తిరిగి వెళ్లింది. వేటగాళ్లలో ఒకరు చెట్టు ఎక్కడానికి ప్రయత్నిస్తున్నట్లు అతను చూశాడు. వెంటనే కింగ్ ఫిషర్ కూడా అక్కడికి చేరుకుంది. అతను సరస్సులోకి డ్రైవ్ చేసి, రెక్కలు ఊపుతూ నిప్పు మీద ఎగిరిపోయాడు. నిప్పు మీద నీరు చల్లడంతో, అది క్రమంగా ఆపివేయబడింది. మంటలు తగ్గుముఖం పట్టడం చూసి వేటగాడు ఆశ్చర్యపోయాడు. తన సహచరుడితో, "ఇప్పుడే దిగిరా, ఇప్పుడే పిల్లలను పట్టుకోవడంలో అర్థం లేదు. ముందు మనం మళ్లీ మంట పెట్టుకుందాం." కాబట్టి వారు ప్రయత్నించారు, కానీ కింగ్ ఫిషర్ తెలివిగా మళ్లీ మంటలను ఆర్పింది. కింగ్ ఫిషర్ అలసిపోయినట్లు కనిపించడం ఆడ గ్రద్ద చూసింది, కాబట్టి వారికి సహాయం చేయడానికి తాబేలును పిలవమని ఆమె తన భర్తను కోరింది.

వెంటనే, తాబేలు కింగ్ఫిషర్కు సహాయం చేయడానికి అక్కడికి చేరుకుంది. వేటగాళ్లలో ఒకడు అతనిని చూసి అతని నోటి నుండి నీళ్లు రావడం ప్రారంభించాడు.

అతను తన స్నేహితుడిని పిలిచాడు, "ఇంత ఎత్తైన చెట్టు ఎక్కడం అంత సులభం కాదు, ఇక్కడ ఒక తాబేలు ఉంది; మేము దానిని పట్టుకుని తింటాము, ఈ పెద్ద తాబేలు మాకు చాలా రోజులు వస్తుంది."

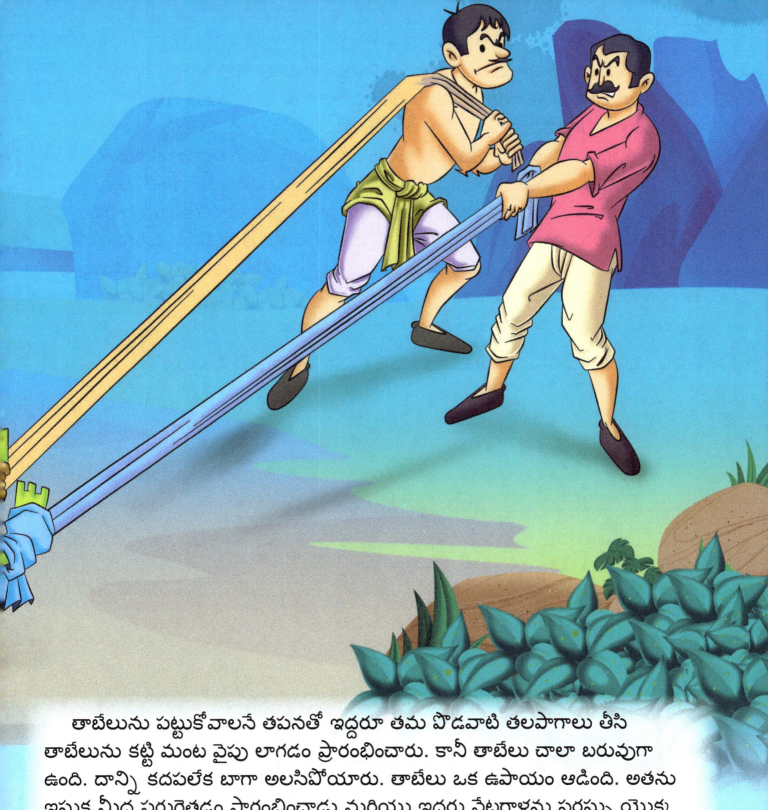

తాబేలును పట్టుకోవాలనే తపనతో ఇద్దరూ తమ పొడవాటి తలపాగాలు తీసి తాబేలును కట్టి మంట వైపు లాగడం ప్రారంభించారు. కానీ తాబేలు చాలా బరువుగా ఉంది. దాన్ని కదపలేక బాగా అలసిపోయారు. తాబేలు ఒక ఉపాయం ఆడింది. అతను ఇసుక మీద పరుగెత్తడం ప్రారంభించాడు మరియు ఇద్దరు వేటగాళ్లను సరస్సు యొక్క లోతైన నీటిలోకి లాగాడు. వారు మునిగిపోవడం చూసి గ్రద్ద సంతోషించింది.

అయితే కొద్దిసేపటికి నీటి నుండి బయటకు వచ్చారు. "అర్ధరాత్రి కింగ్ ఫిషర్ మంటలను ఆర్పుతూనే ఉంది. ఇప్పుడు, మా బట్టలు చిరిగిపోయాయి మరియు మేము పూర్తిగా నీటిలో తడిసిపోయాము, ఈ తాబేలును తీసుకురావడానికి ప్రయత్నిస్తున్నాము. మేము మరొక అగ్నిని తయారు చేసి, సూర్యోదయానికి ఆ పిల్ల గ్రద్దలను తింటాము." మరియు వారు మళ్లీ మంటలను తయారుచేయడం ప్రారంభించారు.

మగ గ్రద్ద ఒక్కసారిగా సింహం వద్దకు వెళ్లింది. అతను అతనికి మొత్తం కథను వివరించాడు. సింహం బిగ్గరగా గర్జిస్తూ, "ఎంత ధైర్యం? ఈ మనుషులు మనల్ని ప్రశాంతంగా జీవించనివ్వరు. వారికి గుణపాఠం చెబుతాను" అంది. వెంటనే సింహం బిగ్గరగా గద్దిస్తూ అక్కడికి చేరుకుంది. సింహం గర్జన విన్న వేటగాళ్లిద్దరూ భయంతో వణికిపోయారు. "ఇప్పుడు మా ఇద్దరినీ చంపేస్తుంది" అనుకున్నారు. దాంతో వారు నీటిలోకి దూకారు. సింహం నిలబడి, సంఘటనా స్థలం నుండి పారిపోతున్న వారిని చూసింది. వీలయినంత వేగంగా పరిగెత్తారు. గ్రద్దలు సింహం, కింగ్ ఫిషర్ మరియు తాబేలు తమకు సకాలంలో సహాయం చేసినందుకు కృతజ్ఞతలు తెలిపాయి మరియు ఆ తర్వాత సంతోషంగా జీవించాయి,

నీతి : అవసరమైన సమయంలో సహాయం చేసిన స్నేహితులే నిజమైన స్నేహితులు.

పిల్ల ఏనుగు

ఒక అడవిలో ఏనుగుల గుంపు నివసించేది. ఒక ఆడ ఏనుగు, పిల్ల ఏనుగుకు జన్మనిచ్చింది. అందరూ చాలా సంతోషించారు. చుట్టుపక్కల సంబరాలు, జరిగాయి. పుట్టినప్పటి నుండి, పిల్ల ఏనుగు చాలా భిన్నంగా మరియు ప్రత్యేకంగా కనిపించింది. అది పెరిగేకొద్దీ, అతను అన్ని పాత ఏనుగులు మరియు ఇతర తోటి జీవులకు ఇష్టమైనవాడు అయ్యాడు. అందరి పట్ల చాలా సౌమ్యంగా, దయగా ఉండేవాడు. అతను ఎల్లప్పుడూ ఇతరులకు సహాయం చేస్తాడు మరియు ఎవరినీ బాధపెట్టే పని చేయలేదు.

ఒకరోజు, అతను ఒక చెట్టు కింద విశ్రాంతి తీసుకుంటుండగా, ఒక ముసలి కోతి విపరీతంగా ఏడుస్తూ కనిపించింది. పిల్ల ఏనుగు అతని వద్దకు వెళ్లి కోతి ఏడుస్తుంది. ఒంటరిగా కూర్చొని మరీ ఏడుస్తున్నావు కదా అని అడిగాడు. దానికి కోతి, “నా తోటి కోతులందరూ నన్ను ఇక్కడ ఒంటరిగా విడిచిపెట్టారు, ఎందుకంటే నేను చాలా ముసలివాడిని మరియు బలహీనంగా మారాను, నేను వారిలా పరిగెత్తలేను మరియు చెట్లపైకి దూకలేను. నా బాధను పంచుకోవడానికి నాకు ఎవరూ లేరు.”

ఏనుగు పిల్ల తన కథ విని చాలా హత్తుకుంది. అతను అతనికి హామీ ఇచ్చాడు. "బాధపడకండి, అంకుల్, నేను వెళ్లి మీ తోటివారిని మీ వద్దకు తీసుకువస్తాను." మరియు వెంటనే అతను అడవికి బయలుదేరాడు.

అతను అడవి లోపలికి వెళ్లినప్పుడు, ఒంటరిగా ఉన్న ముసలి కోతి ఒక చెట్టుపై ఉల్లాసంగా కూర్చుని అరటిపండ్లను ఆస్వాదించడం అతనికి కనిపించింది. అతను వారిని పిలిచాడు, "మిత్రులారా, నేను మీకు గుర్తు చేయాలనుకుంటున్నాను, బలహీనంగా మరియు వృద్ధాప్యంగా మారిన మీ స్నేహితులలో ఒకరు కష్టాల్లో ఉన్నారు. అతను చాలా ఒంటరిగా ఉన్నాడు. అతనిని చూసుకోవడానికి ఎవరూ లేరు. దయచేసి అతనితో చేరండి. మరియు అతనిని సంతోషపెట్టండి."

ఏనుగు తమను పిలవడం చూసి వానరులు ఆశ్చర్యపోయారు. ఇప్పటివరకు, ఏ ఏనుగు కూడా వాటితో అంత స్నేహంగా మరియు సౌమ్యంగా ప్రవర్తించలేదు.

వెంటనే, వారు ఏనుగు పిల్లతో పాటు ముసలి కోతి కూర్చున్న చెట్టు వద్దకు వెళ్లారు. ముసలి కోతి తన స్నేహితులను కలిసిన తర్వాత చాలా సంతోషించింది. ఇతర కోతులు తమ స్నేహితుడిని వృద్ధాప్యంలో నిర్లక్ష్యం చేసినందుకు క్షమాపణలు కోరాయి. వారు, "మమ్మల్ని క్షమించు, మిత్రమా, మమ్మల్ని క్షమించండి. మేము నీతోనే ఉండి నీ అవసరాలన్నీ చూసుకుంటాము." ముసలి కోతి, పిల్ల ఏనుగుకు కృతజ్ఞతలు చెప్పింది. అతని వల్లనే అతనికి తన స్నేహితులను సహవాసం తిరిగి వచ్చింది.

నీతి : మనం వృద్ధుల పట్ల దయగా మరియు శ్రద్ధగా ఉండాలి.

www.ingramcontent.com/pod-product-compliance
Lightning Source LLC
LaVergne TN
LVHW080054220825
819277LV00039B/713
* 9 7 8 9 3 5 7 1 8 3 9 2 5 *